NGUYỄN THỊ TỪ AN

Chạm đến ước mơ

VƯỢT QUA TRỞ NGẠI ĐỂ THÀNH CÔNG

MELBOURNE, THÁNG 4/2023

THÔNG TIN TÁC GIẢ

Nguyễn Thị Từ An (An Nguyen)

Nghiên cứu sinh Tiến sĩ ngành Nhân học tại Đại học Monash, Úc.

Thạc sĩ Khoa học Sức khoẻ

Thạc sĩ Xã Hội Học

"Hãy sống như cánh diều!
Vì diều càng gặp gió thì càng bay cao"

Từ An

Hiện An là người sáng lập và là một trong bốn quản trị viên của Hội Mẹ Việt làm Nghiên Cứu Sinh, hoạt động trên nền tảng Facebook. Nhóm hỗ trợ các chị em Việt trên khắp năm châu về tâm lý, công việc, học bổng, nghiên cứu, và cân bằng cuộc sống khi vừa làm nghiên cứu vừa làm mẹ.

An cũng vừa mới cho ra mắt dịch vụ học thuật ATS-An Nguyen: Academic Tutoring Services. Dịch vụ có đăng kí kinh doanh với Chính phủ Úc. Với dịch vụ này, An hỗ trợ chỉnh sửa bài báo, chương sách, luận văn, nghiên cứu khoa học từ khi bắt đầu đến khi viết báo cáo khoa học. An cũng cung cấp những khoá chia sẻ ngắn về các công cụ hỗ trợ nghiên cứu, cũng như những tip thực hành nghiên cứu khoa học xã hội. An còn hỗ trợ chỉnh sửa sơ yếu lý lịch và hồ sơ xin học bổng du học Úc miễn phí.

Thông tin liên hệ:

Email: an.nguyen.melb@gmail.com

ResearchGate: https://www.researchgate.net/profile/An-Nguyen-17

ATS-An Nguyen:

https://www.facebook.com/profile.php?id=100091348682013

LỜI TỰA

"Education is the most powerful weapon which you can use to change the world."

(Tạm dịch: Giáo dục là vũ khí mạnh nhất mà chúng ta có thể sử dụng để thay đổi thế giới)

Nelson Mandela

Trong cuộc đời, dường như hiếm có ai đi một cuộc đời bằng phẳng. Mỗi một cá nhân đều có những chướng ngại khác nhau trong cuộc sống. Đứng trước những khó khăn, việc lựa chọn "đi tiếp" hay "dừng lại" sẽ quyết định tương lai của bản thân sau này.

Cuốn sách này được viết dựa trên câu chuyện đời thực của bản thân tác giả - Nguyễn Thị Từ An. Đây là câu chuyện vượt khó bởi quá trình chinh phục ước mơ của Từ An khá gian nan.

Từ An may mắn khi được lớn lên trong gia đình tuy nghèo về kinh tế nhưng giàu tình yêu thương. Ba má Từ An vẫn luôn tin tưởng vào sức mạnh của giáo dục. Họ vẫn luôn cố gắng nỗ lực bằng mọi cách để con cái được học hành tử tế. Thế nhưng, đời vẫn chưa trọn vẹn. Trong cuốn sách này, Từ An chia làm hai phần: (1) Ước mơ được rời làng, và (2) Ước mơ du học và chinh phục học vị Tiến sĩ. An ước mơ được rời khỏi làng là vì bị bạo lực học đường và sự kỳ thị của một vài người hàng xóm. Khi rời được làng rồi thì An lại mơ được bay cao và bay xa.

Người có ảnh hưởng lớn trong câu chuyện thành công của Từ An là mẹ Nancy Vo. Mẹ là người đã khuyến khích, động viên An không những về tâm lý mà còn là tài chính để An có thể hoàn thành việc học. Mẹ luôn nói: *"Sự học như con thuyền ngược dòng, không tiến ắt phải lùi"*.

Trước khi bắt tay viết ra câu chuyện này, An từng chia sẻ câu chuyện bị bạo lực học đường tại một hội thảo ở Úc, do CBM Úc tổ chức vào năm 2014. Đây là lần đầu tiên An nói ra trước đám đông mà nất nghẹn. Sau buổi hội thảo đó, An đã có suy nghĩ khác rằng: Không che giấu nữa! Phải nói ra, phải viết lại, để biết đâu, sau này, có ai đó rơi vào tình cảnh như An khi xưa, sẽ có thể thay đổi được cuộc đời. Hoặc giả, nạn bạo lực học đường sẽ được quan tâm hơn.

Với câu chuyện của mình, Từ An hy vọng sẽ góp phần đem lại cho độc giả "thêm chút" động lực để chinh phục ước mơ của bản thân.

Nếu bạn có ước mơ, hãy kiên trì với nó!

Từ An

Table of Contents

THÔNG TIN TÁC GIẢ................................. 1
LỜI TỰA 3
PHẦN 1 - ƯỚC MƠ ĐƯỢC RỜI LÀNG 7
1 - HỌC CẤP 1... 7
2 - HỌC CẤP 2 - 3.................................... 13
3 - HỌC TRUNG CẤP Ở SÀI GÒN 19
4 - HỌC ĐẠI HỌC VÀ ĐI LÀM 26
PHẦN 2 - ƯỚC MƠ DU HỌC VÀ CHINH PHỤC HỌC VỊ TIẾN SĨ 36
1 - TRÚNG TUYỂN HỌC BỔNG DU HỌC... 36
2 - TRÊN ĐẤT ÚC - HỌC TIẾN SĨ VÀ CON NỢ BẠC TỶ.. 41
3 - HỌC TIẾN SĨ CHƯA BAO GIỜ LÀ DỄ DÀNG .. 50
4 – AN NHƯ CON CHUỘT RƠI VÀO CHĨNH GẠO 55
5 - CHẠM TAY VÀO ƯỚC MƠ.................. 62
MỘT VÀI THÀNH TÍCH............................ 65

PHẦN 1 - ƯỚC MƠ ĐƯỢC RỜI LÀNG

1 - HỌC CẤP 1

Từ An vốn sinh ra trong một gia đình nghèo về kinh tế nhưng giàu truyền thống hiếu học. Ông nội An xưa kia là nhà Nho "chính hiệu", được người trong làng gọi là Thầy Lễ. Cuộc sống nhẹ nhàng trôi đi cho đến một ngày - Cộng sản vào giải phóng miền Nam. Cái thời chiến tranh và chuyển đổi chế độ nó loạn lạc lắm. Ông nội An chỉ quen cầm bút. Nay buộc phải chuyển sang cầm cuốc (làm nông), ông không "quen tay" nên cuộc sống mãi hoài nghèo đói. Rồi ông qua đời. Bà nội, các cô và ba mẹ An làm đủ thứ nghề chân tay đến buôn bán để mưu sinh cho cả đại gia đình. Cuộc sống chật vật lắm!

Rồi An được sinh ra đời, vẫn còn trong cái thời bao cấp. Nhà vẫn nghèo, vẫn là cơm độn các thể loại củ và hạt. Khi thì củ mì (sắn), khi thì củ khoai lang, khi thì bắp (ngô)... và những bữa ăn với chén cơm trắng bỗng trở nên hiếm hoi.

Năm lên bốn tuổi, An mắc chứng bệnh sốt bại liệt và để lại di chứng suốt đời. Cái di chứng mà An bị một số người trong làng gọi là "con què" và rồi xa lánh. Hồi đó, bao nhiêu của cải dành dụm trong nhà đã đội nón ra đi vì An. May mắn thay, với nỗ lực không mệt mỏi của gia đình trong việc tìm thầy chữa trị, An đã từ một đứa nằm liệt giường, chỉ biết ngọ nguậy cái đầu, đã đứng lên được và bước đi trên đôi chân xiêu vẹo. Với ba mẹ, vậy là ông trời đã có mắt!

Rồi An lớn lên với tâm hồn ngây thơ và trong sáng. Chơi chung và quánh lộn (đánh nhau) với mấy đứa trong xóm. An chả quánh được gì chúng nó, chủ yếu là nhào vô để ngắt và nhéo, và cả cắn nữa. Và An luôn thắng vì An "dai như đỉa" (hahaha).

Rồi một ngày, An thấy mấy đứa chơi chung được mặc đồ đẹp, được đeo cái cặp táp (backpack) và đi đến trường. Chị hai An cũng đi học. Và An thèm đến trường như các bạn. Rồi một ngày đẹp trời, An cũng được đến trường như bao bạn khác! Ôi vui, la la la!

Nghe má kể: *Hai chị em nó đi học, mà ngày nào đi học về, cũng chỉ toàn là nghe chị hai nó méc với bà nội là "thằng Quân đánh con"*. Thằng Quân là thằng con của bà hàng xóm. Thế là chị hai được bà nội dẫn qua nhà thằng Quân và méc vốn với ba mẹ nó. Ha ha ha, chị hai hả hê nghen. Má tiếp: *Má chưa bao giờ nghe con An nó méc bà nội nó cái gì cả.*

Và những gì An không méc chính là những gì An **không thể hoặc không dám chia sẻ** với gia đình... mãi cho tới bây giờ... An không méc, không kể, không có nghĩa là gia đình không biết. An biết là họ biết, ai cũng biết nhưng không ai nói với ai. Có lẽ là vì sợ làm An thêm tổn thương.

Hồi An học cấp 1, An luôn bị các bạn trêu đùa và chọc ghẹo. An chẳng bao giờ được yên thân. Các trò đùa của các bạn thấy thật "ác" - theo đúng nghĩa của từ. Các bạn ấy đánh An. Hồi nhỏ, An quánh lộn ghê lắm. Thú nhận là An không có hiền lành gì đâu nghen (ha ha ha). Rồi khi đi học, cô giáo bảo *"đánh nhau với bạn là không tốt"*. Thế là từ đó trở đi, An hiền như que củi. Bị bạn đánh mà không dám đánh trả, đôi khi là vì bất lực. Rồi đi méc cô. Cô la mắng bạn. Thế là, khi đi học về, bạn chặn đường đánh tiếp. Riết rồi chẳng thèm méc cô. An chọn giải pháp tránh mặc chúng nó. Và An đã ráng đi học thiệt sớm, rồi về thiệt trễ để không phải gặp chúng nó.

Nhưng An vẫn bị đánh vào những giờ ra chơi... trời ơi!!! Những lúc tới giờ ra chơi, tất cả học sinh đều phải chạy ra sân tập thể dục. Đó là quy định! An không là ngoại lệ. Thế là An đi ra, các bạn ấy chen lấn nhau, chạy ào ra và cố tình xô đẩy cho An ngã ra đất, rồi chúng ôm nhau cười.

Rồi những khi đi ngoài đường, có khi là đi mua bịch muối hoặc chai mắm cho má, cũng bị chúng nó chặn đường đánh. Trêu ghẹo cho đã rồi nhào vô đánh. Ờ, chả hiểu sao, An cứ hay bị thu hút sự chú ý của người khác? Có một lần, An đi mua cho má bịch đường. Trên đường đi, bị chúng nó chặn lại đánh. An sợ, không dám về, nên đã lẻn trốn vào một lớp mẫu giáo, ngồi lì ở trong đó cho đến khi cô giáo dạy xong rồi chạy theo cô về, vì cô về ngang nhà An.

Một lần khác, lúc đang đi học về, sắp tới nhà rồi, chỉ còn một con đường luồn nhỏ (hẻm) nữa là tới. Vậy mà cũng bị ba đứa con gái (lớn hơn An) chặn lại trêu ghẹo, quăng rác, bả mía (vì chúng nó đang ăn mía) vào người và chửi An bằng những từ khó nghe (mất dạy). An cố đi, chúng nó không cho đi. An thôi kệ, ráng chịu trận vì nhà rất gần.

Rồi chúng nó biết con đường An đi học, chúng nó đào một cái hố nhỏ để bẫy An. An đạp vào hố, ngã sấp mặt luôn, trẹo chân (bong gân), rồi nghỉ học. Hồi đó, An bị trẹo chân như cơm bữa. Chân suốt ngày bó thuốc (thuốc nam).

Vậy đó, nhưng An đã không bỏ học. Dù nắng dù mưa hay bão, miễn là thầy cô đến lớp dạy là An có mặt để học. Hồi đó, ráng học để lấy điểm 10, để đem về khoe ba má. Nhỏ nhoi vậy thôi mà nó đã che lấp hết cả những trận đòn kia.

Hồi cấp 1, An học qua nhiều thầy cô khác nhau, nhưng An nhớ mãi thầy Minh. Mọi người thường gọi thầy là thầy Minh Râu, đơn giản là vì thầy có bộ râu. Thầy Minh là thầy chủ nhiệm lớp 5 của An. Thầy đã hỗ trợ An rất nhiều trong những năm An học lớp 4 và lớp 5. Thầy chủ động tìm hiểu hoàn cảnh gia đình nhà An, và giúp An có được những khoản học bổng từ các chương trình ở Huyện mà thầy biết. An còn nhớ, học bổng hồi đó (1994

-1995) của An là 120.000 đồng/năm. Thời đó, số tiền đó cũng không phải là nhỏ. Và cũng chính nhờ thầy mà hồi học lớp 4 và 5, An không cần phải ra sân tập thể dục giữa giờ nữa. An rất biết ơn thầy vì những việc thầy đã làm cho An.

Thắm thoát, An cũng đã học xong lớp 5 và chuẩn bị lên cấp 2.

P/S: Những đứa hồi đó quánh An, An nhớ hết, tên và mặt chúng nó. Cách đây mấy năm, An có gặp lại một thằng. Rồi nó hỏi An: "*Hồi đó tui thường quính (đánh) bà, tại tui không có hiểu được. Bà còn giận tui hông? Xin lỗi bà nhan!*". Vậy đó, nó nhẹ nhàng thôi... quá khứ, hãy để nó trôi đi!

2 - HỌC CẤP 2 - 3

Cái thời đi học của An, mỗi cấp học đều phải thi tốt nghiệp và chuyển cấp. Thi tốt nghiệp cấp 1 xong, An phải ra tận trường Vạn Lương 1, cách nhà An tầm 5-6km, ngay cầu Hiền Lương để thi chuyển cấp lên cấp 2. Ngày đi thi, ba má chở An đi thi. Vào phòng thi, An vần A nên ngồi ngay bàn đầu tiên, ngay mép cửa lớp. Thế là, vừa làm bài thi, vừa ngó ra ngoài coi xem ba má đứng ở đâu (ha ha ha). Hồi đó, thi chuyển cấp quan trọng lắm, nên ba mẹ lo lắng giống như con đi thi đại học bây giờ vậy.

Rồi An cũng đậu và vào học tại trường Trung học cơ sở Lê Hồng Phong (thuộc thôn Tân Đức, xã Vạn Lương, huyện Vạn Ninh, tỉnh Khánh Hoà). Cái trường bây giờ không còn nữa mà đã bị đập đi để xây bệnh viện Huyện.

Khi biết tin An được tiếp tục đi học, An mừng lắm. Lúc ấy, chị hai An đã phải bỏ học vì kinh tế gia đình hạn hẹp. Thế nên, An cứ nghĩ trong đầu rằng: "học luôn cho cả phần của chị". Rồi An lại lo lắng, trường xa, không thể đi bộ được. Ba má và chị hai bận đi làm. Vậy ai chở An đi? Thế rồi An lại cố gắng tập đi xe đạp với hy vọng có thể tự đạp xe đến trường. Trường không quá xa, chỉ tầm 5-6km thôi, nhưng với An, đạp được xe tới trường trong cái gió lào vù vù nóng rát thì thật sự là vất vả lắm.

Khoảng thời gian học tại trường này, đa phần là ba má và chị hai thay phiên nhau đưa đón An đi học. An có nhiều bạn tốt hơn. Khi ba má và chị không đón đưa An được thì các bạn ấy chở An đi và đưa An về tận nhà. Cũng có khi là những người cô, người chú, người anh hàng xóm đưa đón An đi học. Những lúc ấy, thật an toàn làm sao!

Và chuyện chỉ xảy ra khi An tự đi xe đạp một mình. Bởi vì, không phải lúc nào cũng có người đưa đón An đi học. Khi tất cả mọi người đều bận rộn, thì An phải tự đi học. An có thể nghỉ học nhưng An không nghỉ. An cứ quyết tâm, dù có thế nào, An vẫn đi học. Muộn cũng được, nhưng vẫn đến lớp. Rồi An leo lên chiếc xe đạp cà tàng đi học. Đoạn đường cứ như dài ra khi gặp gió thổi ngược. Đạp cong cả đít lên mà xe chỉ nhích chút ít. Có khi, gió mạnh quá, phải xuống dắt bộ. Rồi một ngày, An được cô ba thưởng cho một chiếc xe đạp Trung Quốc màu tím, mới cóng. Hồi đó, phải là nhà kha khá về kinh tế mới sắm được cái xe đạp mới như vậy đó nha. Quý giá lắm! An lau chùi và cất giữ rất cẩn thận.

Tại trường này, An bị bạn (khác xã) đánh. Nó trêu ghẹo thì thôi đi, đằng này, nó đánh nữa mới ác. Có lần, An méc cô giáo chủ nhiệm. Cô bảo An: *Thôi thì em ráng tránh mặt nó đi, nó bị khùng mà!...* Thôi, cô không giải quyết được thì An tránh vậy.

Mà thật ác, nó đánh An vì lý do không đầu không đâu. Nó kêu An chỉ (bày) bài nó làm kiểm tra, An không chỉ, nó đánh. Nó bảo *"lấy cái tay ra cho tao coi bài"* để nó chép (đang kiểm tra), An không cho, nó nhào lên (vì nó đang ngồi sau lưng) giật lấy bài kiểm tra của An và xé nát. Đơn giản là vì *"nó bị khùng"* (như lời cô giáo). Thực ra, An chẳng "ki bo" gì đâu. Với các bạn khác, An cho coi thoải mái, coi được gì thì coi, chép được gì thì chép. Nhưng với cái thằng đó, An ghét nên An không cho.

An càng không cho nó chép bài, nó càng hung hăng. Nó xé sách An, vẽ bậy bạ trong tập viết của An, đổ mực vào cặp táp của An. Rồi nó xé giấy, ghi chữ quê này quê nọ, rồi dán lên lưng An ... An vẫn mặc kệ. An vẫn đi học.

Rồi có lần, nó xả xì lốp xe đạp của An. Nó tháo sợi xích xe đạp ra. An vẫn kệ, vẫn đi học đều. Nói thật, cũng vì chúng nó phá xe đạp của An, mà An còn biết cả sửa xe đạp nữa đấy!

Sợ nhất là một lần, An đi học về, đi ngang qua cái Dốc Thị. Khu vực này "thiệt là nguy hiểm". Nguy hiểm vì nó "giang hồ" trong con mắt An. An đang lui cui dắt cái xe đạp lên dốc, vì dốc cao, đạp không nổi. Thì thình lình ở đâu vài ba thằng từ trong cái quán kế bên chạy ra, trêu đùa An. Bất chợt, chúng ném vào người An một bịch nước. An ướt từ trên xuống dưới... rồi cay, rồi nóng.... ôi má ơi, bịch nước ớt!

Về tới nhà, má hỏi: *Sao ướt mem vậy con?* An nói: *Dạ tại con uống nước bị đổ...* An nói dối.... An biết, nếu An nói thật, cả nhà sẽ lo lắng lắm.... và có khi vì bảo vệ An mà cho An nghỉ học cũng nên... Thế nên, An cứ im lặng và đi học.

Rồi An cũng học sắp xong cấp 2. Hồi đó, các bạn chuẩn bị thi tốt nghiệp và chuyển cấp đều được nhà trường khuyến khích đi học phụ đạo (học thêm). An thì nghèo mà, nên... An còn nhớ, học xong buổi sáng, thì ở lại buổi chiều để học lén. Có lần, cô Anh – cô giáo dạy Văn - biết được, nên cô bảo con gái cô - bạn Diệu - (học cùng lớp An) dẫn An về nhà cô ăn cơm trưa. Nhà cô cũng không giàu, và An thì ngại. Nhưng đói thì vẫn ăn (he he he).

Có một lần, nhà cô ăn cơm với mắm cái (mắm cá cơm, sắp thành mắm nêm). An thì không ăn được mắm này. Cô thầy nhiệt tình, gắp con cá cho vào chén cơm của An. An ực con cá một phát mà rưng rưng... An vẫn luôn biết ơn sự bảo bọc của gia đình cô Anh đối với An.

Học lén mãi cũng bị phát hiện. Bình thường, An núp dưới gốc dừa, kế bên có cái cửa sổ, gần cuối phòng học. Hôm đó, thầy dạy môn Vật lý. An đang ngồi dưới đất, lui cui giải bài tập thầy cho. Rồi thình lình nghe giọng thầy... thật là gần. Thầy nói: *A ha, học lén phải không?* An đứng hình, không nói được gì, vì sợ bị thầy la mắng. Ai ngờ đâu, hôm sau, thầy cho vào lớp ngồi.

Thoắt cái, An cũng xong tốt nghiệp cấp 2 và đậu chuyển cấp vào cấp 3. An học tại trường Trung học phổ thông Huỳnh Thúc Kháng. Ô la la, hồi đó, nó là ngôi trường danh tiếng trong huyện đó nghen. Trường này cách nhà An là 11km. An không có khả năng đạp xe xa như vậy, nên An dọn hẳn ra nhà ngoại ở. Trường mới, bạn bè mới. Ở đây, An có thiệt nhiều bạn tốt, rất tốt. Các bạn và các thầy cô giúp An nhiều thứ, khiến An cảm thấy an toàn hơn. Tuy nhiên, cũng có vài bạn trêu đùa khuyết tật của An. Có thể chỉ là vô tình thôi nhưng đã khiến An mặc cảm nhiều hơn. Ở cái tuổi này, An đã có những rung động... Dù bạn bè tốt, nhưng vì mặc cảm, An đã thu mình lại, chỉ để học và học là niềm vui vô hạn. An như lẩn trốn cả thế giới chỉ để học.

Rồi An cũng xong cấp 3 và chuẩn bị thi đại học...

3 - HỌC TRUNG CẤP Ở SÀI GÒN

Kiều Sang là cô bạn rất thân của An hồi cấp 3. Hồi đó, hai đứa như hình với bóng, cùng ăn, cùng học, cùng chơi, và khi thi đại học cũng ráng đăng kí thi cùng trường. Như An nói, hồi đó nhà An khó khăn nên An làm gì cũng phải hết sức tiết kiệm. Bởi vậy, lúc An đi thi đại học, An toàn đi theo thầy cô, bạn bè. Năm đó, khi xong tốt nghiệp lớp 12 (2002), An và Sang đăng kí thi vào Đại học Sư phạm Huế. An và Sang đi theo cô Phượng (dạy Sinh học) ra Huế thi. Ra đó, cô lo cho hai đứa nơi ăn chốn ở. Đến ngày thi, cô còn mượn xe đạp nhà hàng xóm để chở An đến tận trường thi. Rồi cuối ngày thì cô đến đón về. Thương cô quá đỗi! Nhưng thật không may (cũng có thể là cái may vì nó rẽ An đi theo một hướng khác), năm thi đó An đã RỚT!

Rồi An lại theo Sang và má Sang vào Sài Gòn thi Trung cấp Lao Động Xã Hội – Cơ sở II ở Quận 12. Má Sang lại chu toàn cho An nơi ăn ở, rồi nhờ người đưa đón An và Sang đi thi từ Quận Bình Thạnh qua Quận 12. Rồi cả hai cùng đậu trung cấp, ngành Lao động - Tiền lương.

Ngày nhập học, ba dẫn An vào Sài Gòn, đóng tiền học, tiền ký túc xá rồi ba về luôn trong ngày. Lúc ba quay lưng về, An nhìn theo mà không kềm lòng được. Cái cảm giác xa nhà bắt đầu. An chui ra cửa sau của phòng, ngồi thu 1 góc và khóc như mưa... khóc ấm ức.... Riết rồi quen...

Lúc này, không khí học tập cũng khiến An nguôi ngoai nỗi nhớ nhà. Hơn nữa, An cũng còn có cô bạn Sang đang ở cùng ký túc xá. An cũng có thêm nhiều bạn thật tốt. Ở môi trường này, An thấy "lạ quá", chả ai để ý đến cái khuyết tật của An. Chả ai "buồn trêu ghẹo" An ... An thấy thoải mái quá!

An học đâu được hơn một tháng thì cô Phượng gọi điện thoại vào. Điện thoại hồi đó không như bây giờ. Ngay cái cổng trường Trung cấp Lao Động Xã Hội (Giờ là Đại học Lao Động Xã Hội, Q.12, TP.HCM), có cái cửa hàng tạp hoá. Bà chủ tiệm tạp hoá có cái bồn nghe điện thoại. Hễ ai cần gì, hoặc người nhà cần gặp con cái, gọi cho bà, bà hẹn giờ rồi cho người đi gọi sinh viên ra nghe. Mỗi lần nghe điện thoại, bà thu hai ngàn đồng. An còn nhớ, Cô Phượng gọi An, và cô bảo là: *Em đủ điểm vào nguyện vọng 2, đại học Quy Nhơn. Em thu xếp về làm giấy tờ ra*

Quy Nhơn học đi nhé! An vừa mừng vừa lo.... Mừng vì đủ điểm đậu. Lo vì tiền đâu mà nhập học, rồi thủ tục các thứ, trong khi An đã ổn định ở Sài Gòn. Và hơn hết là An thấy thoải mái. Sau một lúc chần chừ, An bảo cô: *Cô ơi, em không về đâu. Em học ở đây luôn!* Vì An thích Sài Gòn.

Thời gian học Trung cấp là 2,5 năm. Năm thứ nhất ở trung cấp, An vẫn còn "cay cú" vì rớt đại học. An đã âm thầm tự ôn thi lại và đăng kí thi lần 2 vào Đại học Khoa học Xã hội và Nhân Văn TP.HCM (ĐHKHXH&NV), chuyên ngành Lịch Sử. An chọn thi Lịch Sử vì năm đó điểm chuẩn ngành khá thấp. An chỉ đơn giản nghĩ vậy. Rồi đến ngày thi đại học. Các bạn cùng phòng chở đi thi và đón về.... Nhưng năm thi đó, An lại RỚT!

Rồi An lại nghĩ, thôi, chắc không có duyên. Thôi thì cứ học cho thật tốt trung cấp này cái đã. Đại học tính sau! Nghĩ thì nghĩ vậy, nhưng An vẫn không ngừng tìm kiếm các sách luyện thi khối C ở các nhà sách cũ. Hễ thấy là An mua về trữ đó. Hồi đó, có một bạn trong lớp, tên Hà, thường gọi là Hà Tèo. Hà Tèo đã từng được ôn thi tại trung tâm nên Hà Tèo có nhiều tài liệu. Một ngày, Hà Tèo đem hết tài liệu cho An, các sách luyện thi Văn - Sử - Địa. Hà bảo: *Tớ chắc không có duyên học nữa, cho An để sau này An thi. Hà tin là An sẽ đậu đại học.* An cảm ơn và cất giữ cẩn thận. Riêng tài liệu môn văn, các bài giảng mà Hà chép được, Hà muốn giữ nên An phải chép lại. An không nhớ rõ, hình như là chép hết 2-3 cuốn vở 200 trang. Được Hà Tèo cho tài liệu, An quý như cả gia tài. Đúng là được ôn trung tâm nó khác. Các câu hỏi và kỹ năng làm bài quá khác. Và An nhận ra được vì sao An rớt đại học.

Hồi đó An học khá tốt khối C, và cũng có trí nhớ khá là tốt. Môn Sử thì miễn bàn. An học sách giáo khoa Lịch sử nhuyễn như lòng bàn tay. Thuộc đến mức mà ai hỏi gì là An biết nó nằm chương nào, sách tập mấy, trang số mấy. Ấy vậy mà vẫn rớt!

Sau khi có được tài liệu quý, An cho vào rương cất giữ cẩn thận. Thời gian đó, An đang cố gắng học tốt trung cấp. Nhưng có một chuyện xảy ra, An mém bị đưa về nhà... Hồi đó, không hiểu sao, An có sức khoẻ quá tệ. Bị xỉu (ngất) liên tục. Đêm ngủ toàn gặp ác mộng. Sức khoẻ kém mà An không dám nói gia đình, vì sợ bị kêu về nhà. Đi khám thì tìm không ra bệnh. Rồi không nhớ làm cách nào mà gia đình biết được bệnh tình của An. Chị hai và anh hai (anh rể nhà cô ba) vào gấp ngay trong đêm để sáng hôm sau đưa An về. Thật tình, về nhà khoẻ hơn hẳn (có lẽ là thoải mái tinh thần), rồi ba chở đi gặp thầy. Thầy cho lá bùa bình an rồi An đem theo vào Sài Gòn.

Quay lại Sài Gòn, đúng lúc má Sang vào thăm Sang. Má thấy An bệnh tình ốm yếu, má đã ở lại cả tháng trời để chăm sóc An. Má cứ nước cam, lòng đỏ trứng gà cho An ... Một tháng sau, An ú na ú nần, đạt kỷ lục về cân nặng thời đó (48kg). Nói ra, lại thấy nhớ má Sang và thương lắm! Sau đó, An đã chuyển ra ngoài ở. Còn Sang vẫn ở ký túc xá. Ra ngoài, An ở chung với bạn Lan, Lựu và Bé Hà. Ngày ngày các bạn chở An đi học, rồi lâu lâu bạn chở đi chơi.

Thoắc cái, An cũng học xong trung cấp. Ra trường, ba má bảo về quê xin việc cho gần nhà. An gói gém hành lý, lên đường về quê với lòng phơi phới, tự tin rằng An sẽ xin được việc làm, có tiền và sẽ phụ giúp được gia đình. Về nhà, An đi mua ngay chục bộ hồ sơ xin việc và đưa ba đi vào Uỷ ban Xã ký xác nhận. An hăm hở lắm, vì có biết "đời thực" nó ra sao đâu!!!

Rồi ngày đầu tiên, An đem hồ sơ ra Uỷ ban Huyện, xin vào phòng Lao Động Thương Bình và Xã Hội. Nơi này, An đã về thực tập tốt nghiệp cách đó vài tháng. Lúc còn thực tập, bác có nói: *"Học xong về phòng bác làm việc nhé!"*. Hổng biết bác nói đùa hay thật, mà đến lúc An về thật thì Bác trưởng phòng từ chối hồ sơ với lý do "đã có người làm". An ra về...

Hôm sau, cô Út An chở An vào Thành phố Nha Trang để An "phát hồ sơ xin việc". Nơi đến đầu tiên là Bảo hiểm Xã Hội Tỉnh. An cứ thẳng đường mà đi. An vào phòng nhân sự, xin gửi hồ sơ xin việc. Họ vẫn nhận và bảo An về đợi kết quả. Lúc An đi ra, nhưng chưa ra khỏi phòng, An nghe các chị nói đằng sau lưng: ***Nó là con nhà ai vậy?*** Rồi, An cũng đã hiểu vấn đề. Hix, nó là con của ba má nó!

Rồi cô Út chở đi tiếp đến một công ty. An không nhớ là công ty gì nữa. Ông bảo vệ ở cổng, ổng nói: *Đưa hồ sơ đây tao coi*! Coi xong, ông phán: *Ồ trung cấp à? Ở đây không nhận trung cấp đâu con ơi, chỉ nhận đại học không à!* Lúc này, An nghe câu này An tức lắm, vì trược đại học mà (ha ha ha). An nghĩ bụng: Được, hãy đợi đấy!

Sau đó, An rải hồ sơ thêm vài công ty nữa rồi về. Đến đâu, ai cũng nói "về nhà đợi kết quả"... An đợi... một tháng, hai tháng, ba tháng.... vẫn không có tăm hơi.... Cái cảm giác học xong, ngồi nhà, không có gì làm, bà con thì hỏi "khi nào đi làm", nó làm An căng thẳng lắm... Đợi mãi... rồi qua Tết, cũng không có gì.. điện thoại vẫn im bặt...

Một ngày, An nói với ba má: *Chắc người ta không nhận con vào làm đâu. Hay là ba má cho con thi lại đại học! Đậu thì con học, không đậu thì con cũng xin vào Sài Gòn kiếm việc!* Ba má ừ ủng hộ.

Và chiến dịch ôn thi của An bắt đầu, sau 3 năm kể từ ngày tốt nghiệp cấp 3.

4 - HỌC ĐẠI HỌC VÀ ĐI LÀM

Ngày xưa, ba má An thường nói: *"Tụi con phải ráng học cho giỏi đi nghen. Ba má khổ rồi, tụi con phải khác đi".* Rồi ba má thêm: *"Không học là phải đi chận bò đó!".* Thời ấy, chận bò (Tiếng địa phương: chăn bò) giống như một đứa đi ở cho nhà người ta. Công việc chính là sáng lùa bò đi ăn, chiều lùa bò về chuồng. An thì thường thấy mấy người khuyết tật đi bán vé số, rồi đi xin ăn ngoài đường... An nghĩ *"nếu An không đi học thì An làm được gì?"*... An thấy sợ... sợ người ta thương hại... Nên cứ bám riết lấy cái chữ "học", học để thay đổi số phận.

An bắt đầu lên kế hoạch ôn thi đại học. Lúc đầu, An nghĩ: khối C là phải học thật nhiều, mà đầu óc An chắc cũng khó có thể học thuộc làu làu như trước, vì những gì thuộc làu trước kia cũng đã quên bén theo thời gian. Thế là An quyết định chuyển khối thi. An chọn khối B: môn Toán - Hoá - Sinh. An cũng quyết định đến trung tâm ôn luyện cho chỉn chu. Ba má cũng ủng hộ và đầu tư tiền cho An đi ôn thi đại học.

Cô Út chở An vào Nha Trang tìm trung tâm luyện thi đại học. Đến trung tâm thứ nhất, họ cho biết lịch học và dẫn đi xem "ký túc xá" của thí sinh. Xem lịch học, thời gian học, và nơi ở... các nơi khá xa nhau. An thì lại đặt biệt cần nhiều thời gian di chuyển giữa các địa điểm. An đã thấy oải. Khi đi xem ký túc xá, nó ở trên lầu, An rất khó khăn để có thể đến được nó. Rồi nơi học, cũng ở trên lầu. An không đủ sức để đi như vậy trong một ngày. Cô Út hỏi An: *ổn không con?*. An nói: *Dạ thôi, tìm trung tâm khác xem sao.*

Cô lại chở An đi tìm trung tâm luyện thi khác. Tình cảnh cũng tương tự. Lịch học thì dày, mà không tập trung tại một nơi. Họ phải rải rác ra 2-3 địa điểm học khác nhau trong một ngày. An nhẩm tính, nếu An học, thì An không thể đến lớp kịp được. Thế là, An nói với cô: *Thôi, về cô ạ!*

Về nhà, An cứ mãi suy nghĩ. Thôi thì khối B không trọn, chắc không có duyên. An sẽ thi lại khối C. An sẽ ráng học khối C, quyết tâm với khối C. Thế là tài liệu ôn thi khối C mà Hà Tèo cho, giờ đã có lúc lôi nó ra khỏi rương và học. An lập kế hoạch học bài cho từng môn, từng chương. Học theo từng thời gian nhất định. An cũng dành tháng gần nhất với ngày thi để ôn lại tất cả những gì đã học. An đã ráng "ép" bản thân theo thời khoá biểu và mục tiêu An đề ra. Cũng có lúc chán nản, An chỉ tự nhủ thầm rằng "cố lên!"... và cứ thế mà học.

Ngày nộp hồ sơ thi đại học, An thuộc diện thí sinh tự do, nên An phải vào Sở Giáo dục và Đào tạo Khánh Hoà (tại TP.Nha Trang) để nộp. An chỉ nộp 01 bộ hồ sơ duy nhất, thi vào ngành Xã hội học, ĐHKHXH&NV TPHCM. Cũng lại là cô Út chở An đi nộp hồ sơ. Khi An vào nộp hồ sơ, cái bà cô nhận hồ sơ, nhìn An, rồi nhìn hồ sơ của An và hỏi giọng khinh khỉnh: *Nộp 1 bộ thôi à?* An nói *dạ*. Cái rồi bả nói kiểu móc méo: *Giỏi quá há, tự tin quá há!* ... An đóng tiền và lẳng lặng ra về...

Ngày thi đại học, An thi cùng với thằng em trai kế An. Có bà chị họ đi cùng để vào Sài Gòn chơi. Mấy chị em đi với nhau vậy đó. Thi xong, mấy chị em lại rủ nhau đi Trà Vinh - nhà Bé Hà - chơi. Và rồi năm thi đó, An đã ĐẬU! Lúc đó là năm 2005.

Đó là cái năm mà môn lịch sử bị điểm 0 điểm 1 nhiều chưa từng có. An theo dõi tin tức mà hồi hộp theo từng giờ. Rồi con điểm của An cũng hiện ra trên màn hình máy tính: 21.5 đ cho 3 môn Văn Sử Địa (chưa tính điểm vùng ưu tiên). An mừng rơn, như vừa đi vừa huýt sáo suốt đoạn đường từ tiệm internet về nhà. Con điểm đó đã "khiến" An trở thành Thủ khoa đầu vào Khoa Xã Hội Học.

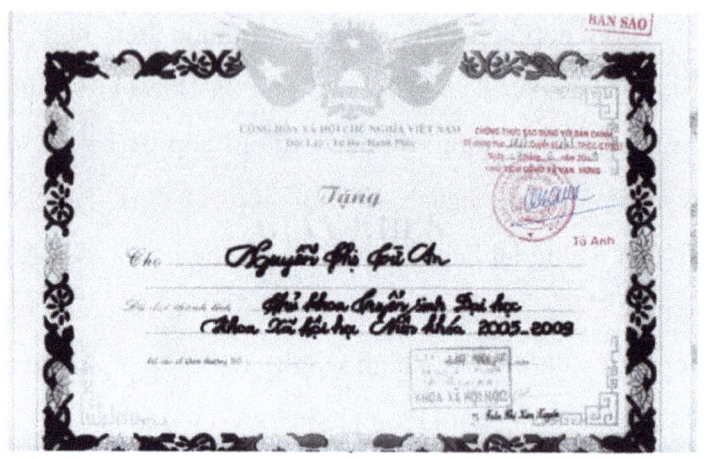

Giấy khen Thủ khoa tuyển sinh đại học 2005-2009

An chọn học Xã hội học cũng có lý do. Khi còn học Trung cấp, An buộc phải làm một tiểu luận tốt nghiệp. An đã chọn đề tài nghiên cứu về *đời sống của người có công với cách mạng tại huyện Vạn Ninh*. An đã được cô Hoài hướng dẫn. An làm khảo sát bằng bảng hỏi. Rồi tự xử lý thông tin, và viết báo cáo. Cái quá trình nghiên cứu đó giúp An nhận ra nhiều sự thú vị trong nghiên cứu Xã hội học. Và An thích làm điều đó. An nhận ra rằng: Phải học Xã hội học để được làm điều đó.

Ngày nhập học, An tự đi vào Sài Gòn với cái vali quần áo và 3 triệu đồng. Bạn Nguyễn Hữu Tuấn Anh (bạn hồi cấp 2 và là người cùng làng) đã đón An và giúp An trong những bước đi đầu tiên. Nào là đi làm thủ tục nhập học, đóng học phí, đăng kí ký túc xá... đến cả việc mua sắm các thứ linh tinh như mùng mền chiếu gối... Mới vào, An chẳng quen biết ai. Có mỗi Tuấn Anh tới lui thăm hỏi và giới thiệu thêm nhiều bạn bè mới cho An đỡ buồn. Rồi An thân thiết hơn với Hà Nheo (vẫn đang ở Hà Nội), và Trang (đã có duyên gặp lại tại Melbourne).

Những tháng ngày của năm nhất đại học, An vẫn là một đứa cực kỳ mặc cảm. Đến mức mà An chẳng nói chuyện với ai mỗi khi đến lớp. Mà cả lớp đâu có ít, gần 200 con người. Rồi không nhớ rõ vì duyên cớ nào, An gia nhập vào nhóm Đồng Hành - sinh viên khuyết tật. Vào nhóm, An "lộ" rõ bản chất (hehehehe). Thời gian với Đồng Hành, An nhận ra nhiều điều, nhất là thấy bản thân mình "thật có ích" và An găng sống có ích hơn, hoà đồng hơn.

An vẫn có những mục tiêu phấn đấu trong học tập. Có thể nói là những "tham vọng" mà An chỉ biết tự nhủ và tự cố gắng. Thật sự là không dám chia sẻ cùng ai vì sợ mọi người mỉa mai. Mục tiêu hồi đại học của An là phải tốt nghiệp đại học loại giỏi và phải là Thủ khoa đầu ra. Âm mưu kiếm "Thủ khoa kép" mà! Thêm nữa là tự trau dồi tiếng Anh với "âm mưu du học Thạc sĩ". "Âm mưu" ghê hông! Cái nguồn cơn của ước mơ du học nó hình thành khi An gặp em Lê Nữ Huyền Trang. Em Trang cực giỏi. Em đoạt giải quốc gia môn Toán, rồi được tuyển thẳng vào ĐH KH Tự Nhiên. An hâm mộ những bạn được tuyển thẳng lắm! Thế nhưng, em ấy không thích học, em ấy "săn" học bổng du học. Và em ấy đã được đi Singapore học đại học. Ngày trúng tuyển, em ấy chạy từ phòng tự học về và nhảy đến ôm An trong nước mắt *"em trúng tuyển rồi chị An ơi!"*... An vui chung niềm vui với em và có thêm động lực học tiếng Anh. Kể từ dạo đó, An để ý nhiều hơn đến các thông tin du học.

An đã nỗ lực không ngừng học tập và hoạt động cộng đồng. An đã từ một đứa mặc cảm, nhút nhát, sợ người lạ, đến một đứa chỉ biết Lì và Liều. Từ một đứa sợ té xe, đến cái đứa đi liều xe máy, chạy lụa luôn! Dĩ nhiên là không có bằng lái xe (hahaha)...vì theo luật là người khuyết tật không đủ điều kiện sức khoẻ để thi lấy bằng lái xe. Sau bốn năm miệt mài, thành quả ngọt ngào đã đến khi An đạt điểm 10 cho luận văn tốt nghiệp, và trở thành Thủ khoa tốt nghiệp. Dĩ nhiên là tốt nghiệp loại giỏi. Mục tiêu Thủ khoa kép đã đạt được. Đó là năm 2009.

Giấy khen tốt nghiệp Thủ khoa 2005 - 2009

Với thành tích như vậy, An tự tin đi xin việc làm. Công việc đầu tiên là An xin vào Công ty UNIAD. Quả đúng, An được nhận vào làm ngay, nhưng ở vị trí thư ký kinh doanh. Nghe có vẻ không dính gì tới ngành An học. Thực ra, An xin vào UNIAD là vì công ty này có chương trình Khát Vọng Sống (giờ vẫn còn phát sóng). An thích ý nghĩa của chương trình đem lại nên mong muốn được đóng góp chút công sức nhỏ nhoi. Nhưng có lẽ vì tính di chuyển nhiều của chương trình mà sếp Tiến đã cho An làm thư ký kinh doanh.

Công việc mới và bạn bè mới. Họ rất tốt với An, rất tốt. Sếp Tiến cũng rất tốt. An học hỏi được nhiều thứ lắm. Nhưng An đã nghỉ việc ở UNIAD sau ba tháng làm việc. Nếu An chịu ở lại, có lẽ công việc cũng ổn định và đủ nuôi bản thân cho một đứa có khuyết tật như An. Nhưng An đã chọn cách ra đi. Vì An cảm thấy có cái gì đó không đúng với bản chất của An, và cũng không hợp với "lý do chọn thi đại học" của An. Lúc ấy, cái nặng cơm áo gạo tiền còn nặng lắm... nhưng An đã liều nghỉ việc... sợ đói lắm chứ... nhưng may mắn thay là hồi đó, An cũng được các thầy cô trong khoa "cưng". Lúc đó, An thường tâm sự với cô Xuyến và cô Liên. Cứ lâu lâu gọi điện thoại ê a với hai cô, chắc cũng có cả than vãn nữa (hehehe). Rồi khi nghỉ việc, cũng kể cho các cô nghe. Thế là khi nào có vụ nghiên cứu điều tra gì là các cô cứ gọi... Nhờ vậy mà An đã "qua cơn đói giáp hạt"!

Sáu tháng liền, An làm những công việc có tên và không tên. An làm thời vụ, làm đủ thứ, nhưng cũng ráng chọn cái việc có gắn cái chữ "nghiên cứu" vào thì mới chịu. Cơm áo thì cơm áo, chứ cái vụ du học vẫn không hề tắt nhé. Hễ nghe phong phanh nơi nào có hội thảo du học, là phải đến cho bằng được. Tối về, vẫn ráng ê a vài trang tiếng Anh. Nhiều khi, đọc như nước đổ lá môn, nhưng vẫn cứ đọc... Vậy đó!

Tình cờ, gặp lại anh Tuyên, trưởng nhóm Đồng Hành ngày trước. Anh đang làm cho SETESU, là một văn phòng chủ yếu làm các dự án nghiên cứu xã hội. Anh Tuyên khuyên An nộp hồ sơ xin việc ở đó. An gửi email xin việc cho sếp Trung. Rồi được sếp Trung gọi đến phỏng vấn, và nhận việc ngay ngày hôm sau. An chính thức trở lại dân văn phòng ngày 1/4/2010. An vừa vào làm thì anh Tuyên "bị cho nghỉ việc"... An cảm giác ... có lỗi....kiểu như "vì An vào mà anh Tuyên bị ép ra", kiểu vậy đó.

An làm ở SETESU được một năm. Thời gian này cũng được sếp và đồng nghiệp yêu quý và hỗ trợ trong công việc. SETESU đúng là chủ yếu làm về các nghiên cứu xã hội, rất hợp với An và đúng cái An thích. Nhưng An cũng lại nghỉ việc sau đó, vì có nhiều câu chuyện mà An không muốn làm, vì An cảm thấy nó trái với phương châm làm việc, đạo đức nghề nghiệp và cách sống của An. An bỏ việc để được là chính mình!

Lúc An còn làm ở SETESU, An có nhận quyết định tuyển thẳng Cao học của trường Nhân văn. An đã định bỏ, không học, vì muốn du học Thạc sĩ. An đã tâm sự với cô Xuyến, cô đã khuyên: *em cứ học đi, không mất gì đâu.* Và An đã quay lại trường học. Với An, đã quyết định làm gì là phải làm toàn tâm toàn ý. Nên việc học cũng phải học đàng hoàng, dù rằng tâm không mấy vui.

Sau khi An nghỉ việc ở SETESU, thì cô Xuyến đưa An về làm tại Đại học Bình Dương. An chính thức trở thành giảng viên khoa Xã hội học ngày 1/5/2011. Đó là những tháng ngày tươi đẹp!

PHẦN 2 - ƯỚC MƠ DU HỌC VÀ CHINH PHỤC HỌC VỊ TIẾN SĨ

1 - TRÚNG TUYỂN HỌC BỔNG DU HỌC

Như An đã kể, An cứ nung nấu ý định du học, nên nghe ở đâu có tin du học là An lại coi. An chuẩn bị hồ sơ theo kiểu "kiến tha lâu thì có ngày đầy tổ". Thoạt đầu, An không vội vàng nộp hồ sơ xin học bổng ngay. Cái quan trọng là An tìm xem tiêu chí của học bổng đó như thế nào? Và An đáp ứng được bao nhiêu phần trăm của tiêu chí đó? Cái nào thiếu, An từ từ bổ sung theo ngày tháng.

An biết được, muốn đạt được học bổng, không phải cứ giỏi là được. Nghĩ vậy là sai quá sai! Về thành tích học tập, ừ An thì quá đủ. An biết được rằng học bổng còn hướng đến các hoạt động cộng đồng. Thế là An tích luỹ kinh nghiệm hoạt động cộng đồng ngay từ năm nhất của đại học, và luôn gắn bó với nó. Ban đầu thì An tham gia các đội nhóm. Sau đó thì An tự quản nhóm đặc thù riêng để sinh hoạt. Rồi vừa cố gắng tham gia các hoạt động bên ngoài, vừa cố gắng duy trì nhóm của mình. Càng đi sâu vào hoạt động cộng đồng, An càng học hỏi thêm nhiều điều từ cuộc sống. Lúc đó, hoạt động cộng đồng của An không mang tính "tạo hồ sơ đẹp" nữa, mà nó là sự sẻ chia. Chia sẻ giúp An thêm yêu cuộc sống và trân trọng hơn những gì An đang có.

Thời gian làm ở Đại học Bình Dương, hằng ngày, An cứ đi đi về về giữa Bình Dương - Sài Gòn. Công việc thì vẫn cố gắng chu toàn, nhưng cái ước muốn "ra nước ngoài học" cứ mãi âm ỉ. Chiều chiều, ngồi trên xe đưa đón giảng viên của trường, An cứ nhìn lên bầu trời, thấy chiếc máy bay đang bay vụt qua và lại nghĩ: *Bao giờ An được bay?*

Một ngày nọ, cô bạn Diễm Hương chia sẻ với An là mới nộp hồ sơ xin học bổng IVASF 3. Đó là học bổng học tiếng Anh dành cho các ứng viên muốn du học mà không đủ điều kiện về tiếng Anh. Nghe cách Hương nói thì An cảm thấy Hương có vẻ rất tự tin về việc trúng tuyển học bổng này. Thật sự, An mừng cho Hương lắm. Rồi Hương khuyến khích An nộp. Hương gửi An toàn bộ thông tin. Và nó đã gần kề ngày cuối cùng. An chắt lưỡi: *Thôi kệ, ráng hoàn chỉnh hồ sơ và nộp.* An đã nộp trước khi đồng hồ báo hết ngày. Đó là năm 2012.

Năm đó, An đã trúng tuyển IVASF 3, còn bạn Hương thì rớt. Tự nhiên, An cảm giác như thể rằng "vì An nộp hồ sơ vào mà Hương đã mất đi cơ hội". Lại một lần nữa, An cảm thấy có lỗi ... An vào học IVASF 3 được một ngày thì An làm đơn rút khỏi IVASF 3, vì An trúng tuyển Australian Development Scholarship (hồi đó gọi là ADS). Đó là tháng 8/2012. Khi An ra khỏi IVASF 3, An có gửi email đề nghị chương trình chọn bạn Hương vào học để thay thế vị trí của An. An biết bạn Hương cũng giỏi, có ước mơ và cũng có tiềm năng. Nhưng cái An nghĩ lại không phải cái người ta nghĩ...

Nói về học bổng ADS (bây giờ đổi thành AAS), nó là học bổng toàn phần danh giá của Chính Phủ Úc. An biết đến cái tên này năm 2011 khi An đọc báo. An coi các tiêu chí của học bổng và thấy An đáp ứng đủ cả. Đặc biệt là không yêu cầu nộp điểm IELTS ngay tại thời điểm nộp hồ sơ. Và điểm phấn khích An hơn hết là: nếu trúng tuyển, thí sinh sẽ được đào tạo tiếng Anh trước khi lên đường sang Úc du học. An nộp hồ sơ ngay và háo hức chờ kết quả. Nhưng năm đó, An rớt ngay từ vòng "gửi xe". An đã rất hy vọng, nhưng cái email rớt học bổng khiến An mất hết niềm tin. An không giải thích được vì sao An rớt.

Đến năm 2012, lại một mùa tuyển sinh nữa của ADS. An cũng đã tính an phận, không nộp hồ sơ bên ADS nữa. Vì An nghĩ: Năm ngoái đã rớt ạch rồi. Hồ sơ "sáng" thế mà vẫn rớt thì có lý do gì để năm nay đậu không?... Thế nhưng, An vẫn tỉ mẫn chuẩn bị hồ sơ đầy đủ và để đó. Đến gần cuối ngày đóng hồ sơ của ADS, nhỏ Nhung hỏi An: *Bà có nộp không?*... An cũng đã trả lời đanh thép rằng không nộp.

Thế nhưng, chả hiểu sao nguyên cái ngày hôm đó An cứ mãi nghĩ về ADS. Rồi cuối ngày, khi đi làm về, An chả thiết ăn uống tắm giặt gì ráo. An lao vào máy tính, coi lại bộ hồ sơ và tiến hành nộp online, vì An nghĩ "cứ nộp, vì cũng chả mất gì". An xong hồ sơ thì cũng là nửa đêm. Hồ sơ online đóng!

Năm đó, An trúng tuyển. Cái tin trúng tuyển đến với An "chấn động" lắm và cũng xúc động lắm. An cảm giác như thể rằng: Những gì An theo đuổi và nỗ lực phấn đấu đã thành công. An còn nhớ rõ cái cảm giác lân lân khi đọc email trúng tuyển. Nó cứ lân lân mãi và háo hức không thể tả. An vẫn còn nhớ câu cô Xuyến hỏi khi hai cô trò cùng lên Bình Dương dạy, cô hỏi: *Từ An xuống chưa?* Hahaha, ý cô là An còn lơ lửng trên chín tầng mây.... Và An đáp: *Dạ chưa cô!* ...

Sau đó, An ra Hà Nội học tiếng Anh tập trung trong một năm tại trường RMIT. Bắt đầu từ 9/2012 đến 9/2013. Lúc này, An chưa tốt nghiệp Thạc sĩ Xã hội học. An cũng tham lam lắm! Vì đã quyết định học là học cho tới. Thế là An vừa học tiếng Anh, vừa cố gắng hoàn thành cái Thạc sĩ Xã hội học. Cực lắm, rất cực! Cũng có lúc oải nhưng rồi cũng qua. Và An chính thức nhận bằng tốt nghiệp Thạc sĩ Xã hội hội tháng 11/2013. Rồi lên đường sang Úc học vào tháng 1/2014.

Một con đường mới đã mở ra

2 - TRÊN ĐẤT ÚC - HỌC TIẾN SĨ VÀ CON NỢ BẠC TỶ

Sang Úc, An theo học Thạc sĩ Nghiên cứu (Master by Research) ngành Khoa học Sức khoẻ (Health Sciences) tại đại học La Trobe (Melbourne). An đặt chân đến Úc vào một ngày mùa hè của Melbourne. An thật sự rất may mắn vì trong hành trình này, An gặp được chị Võ Thị Hoàng Yến (giám đốc DRD – Disability Research Capacity and Development) và chị ca sĩ (hát nhạc Trịnh) Thuỷ Tiên. Quá sướng, học cùng trường, cùng khoa và ở cùng ký túc xá. An đã thấy yên tâm hơn.

Vì An học thuần về nghiên cứu (Research) nên An không đến lớp như các bạn khác. An chỉ làm cái nghiên cứu của An và làm việc với giáo sư hướng dẫn. Thành ra, thời gian rất chủ động. Muốn học thì học đến điên cuồng. Còn chán quá thì cứ thong dong đi chơi cả ngày mà không lo lắng việc điểm danh. Sướng mà khổ!

Thời gian đầu ở Melbourne, An phải ráng thích nghi với mọi hoàn cảnh. Khó khăn thì cố gắng khắc phục, hoặc ngoài khả năng thì có thể nhờ sự giúp đỡ từ bạn bè và thầy cô quản lý sinh viên. An là sinh viên khuyết tật, nên ADS cũng đầu tư nhiều tiền hơn cho An so với các sinh viên khác. An không còn lo lắng chuyện áo cơm nữa, vì đã có chính phủ Úc lo. Nghe sướng thật! An chỉ việc học nên nghĩ bổn phận và trách nhiệm là phải học thật tốt. Chính vì vậy, An đã rất nỗ lực. Các giáo sư lúc nào cũng khen xuất sắc sau mỗi cuộc họp!

An thì cũng muốn học tiếp lên Tiến sĩ chứ không dừng lại ở Thạc sĩ. An cũng luôn tìm kiếm các cơ hội để có thể học tiếp Tiến sĩ. Với An, học, nghiên cứu là một đam mê bất tận. An cũng đã nghĩ: Nếu may mắn có được học bổng Tiến sĩ ngay sau khi tốt nghiệp Thạc sĩ thì An ở lại học tiếp. Còn không thì về rồi tiếp tục tìm học bổng học Tiến sĩ. Đến lúc này, đời đã không cho An đi như dự định.

Và rồi thời gian, có nhiều chuyện vui buồn xảy ra ngoài mong đợi. Chính những điều đó đã lái An đi theo một hướng khác - hướng mà An chưa bao giờ nghĩ tới!

Cái đầu tiên là bà giáo sư chính chuyển trường vào sát ngay cái tháng An sắp kết thúc khoá học. Bà ấy qua

Sydney làm việc trong khi An sắp xong luận văn. Thời gian mấy tháng gần cuối, bà không chỉnh sửa gì nhiều cho luận văn của An. Rồi đùng một cái, bà thông báo bà phải nghỉ việc. An choáng váng! Giáo sư mới yêu cầu An phải gia hạn thêm vài tháng để bà đọc luận văn. Ôi, cái dân học bổng mà, gia hạn đâu có dễ, vì nó liên quan đến nhiều thứ. An cực kỳ căng thẳng. Thật may mắn là nhờ sự giúp đỡ của "sponsored team" (đội quản lý du học sinh ADS) tại đại học La Trobe. Họ đã làm việc nhiệt tình, hết mình để đem lại cho An một kết quả tốt nhất. Thật sự rất cảm ơn đội ngũ quản lý ADS tại La Trobe. An được ở lại thêm 3 tháng. An được La Trobe trao học bổng học phí 3 tháng, và ADS chi tiếp sinh hoạt phí cho An 3 tháng nữa. Vậy là việc học coi như tạm ổn định. Phew! Đã bớt đi một cái lo!

Giữa cái lúc An căng thẳng vì việc đổi giáo sư, cũng là lúc An diễn ra cái đám cưới với một người Úc. An và Gấu quen nhau một thời gian thì tính đến chuyện đám cưới. Việc "có bồ" cũng là chuyện hi ngẫu nhiên. An chả bao giờ nghĩ An có bồ... ấy vậy mà đùng một cái "lấy chồng". Thật ngộ! Kế hoạch ban đầu của bọn An là dự định cưới vào tháng 2/2016, và dự tính là tháng 3/2016

(An học xong, hết visa) thì tụi An cùng về Việt Nam và làm đám cưới bên Việt Nam. Thế nhưng, cái việc đổi giáo sư khiến An căng thẳng. An đã định hoãn cưới, nhưng thư mời đã gửi, tiệc cưới đã đặt, lễ cưới cũng đã đặt xong đâu vào đấy... Thôi thì, cứ thế mà làm thôi. Rồi An lên xe hoa ở xứ người!

Trong khoảng thời gian sau cưới, An lại tiếp tục hoàn thành luận văn. Chỉnh sửa rất nhiều. An và giáo sư mới đã làm việc rất căng thẳng. Và ngay cả những lúc căng thẳng, An cũng vẫn nung nấu ý định xin học bổng học tiếp Tiến sĩ. Thế nên, An cũng cứ tìm đọc thông tin liên quan đến xin học bổng Tiến sĩ. An liên lạc với giáo sư bên đại học Monash và được sự ủng hộ cũng như chấp thuận làm giáo sư hướng dẫn cho An. Giáo sư cũ bên trường La Trobe cũng đồng ý làm giáo sư hướng dẫn tiếp cho An. Bước đầu có vẻ khả quan.

Thú thực, An cũng đã từng nghĩ "thôi, Thạc sĩ là đủ rồi!"... Thế nhưng, chỉ nghĩ đến việc "không đi học nữa" là An cảm thấy không vui, cảm thấy bị thiếu cái gì đó trong cuộc sống. Thế nên, An miệt mài làm luận văn, miệt mài viết bài đăng tạp chí quốc tế, và miệt mài làm hồ sơ xin học tiếp Tiến sĩ.

Đột ngột, vào 1/4/2016, anh John – anh trai chồng - qua đời để lại cả một nỗi đau mất mát lớn cho gia đình chồng. Đó cũng là lúc An phát hiện có bầu. Buồn vui lẫn lộn. Mừng nhiều hơn buồn, vì tin có bầu ngay cái thời điểm "tâm trạng cả nhà chồng đang đau khổ". Nó như một giọt mưa xuân, làm cả nhà phấn khởi! Mừng lắm, mà cũng căng lắm đây. Vì An đã gia hạn visa một lần rồi.

Bầu bì nghén, mệt, rồi luận văn... ôi An như phát điên. Thật may, có chồng bên cạnh, đỡ đần hết mọi thứ, chia sẻ mọi thứ. Cuối cùng, luận văn cũng xong. An nộp cho trường để chấm điểm. An sắp đến ngày về. An buộc phải nói với bên quản lý du học sinh về baby và tình trạng sức khoẻ của An rằng: An không đủ điều kiện để lên máy bay ngay thời điểm đó. Thế là An lại được DFAT đồng ý và cho ở lại đến khi sinh con xong. Thật sự rất cảm ơn những sự hỗ trợ của DFAT và sponsored team.

Sau khi An có kết quả chấm luận văn, An tiếp tục hoàn chỉnh hồ sơ xin học bổng. Lần này An xin ở La Trobe và cả Monash. Và rồi, tin vui ập đến khi nhận tin trúng tuyển học bổng toàn phần tại Monash, ngành Xã hội học - ngành An thích. Rồi sau đó, La Trobe cũng báo tin trúng tuyển. Nhưng bên La Trobe chỉ cho học phí, không cho sinh hoạt phí. An đã chọn Monash, dĩ nhiên rồi! Lúc này, An đã có Anna oe oe rồi.

Ảnh chụp lại từ fb: Hình lễ cưới, nhận bằng tốt nghiệp, Anna lúc chưa đầy tháng và thư nhập học của Monash

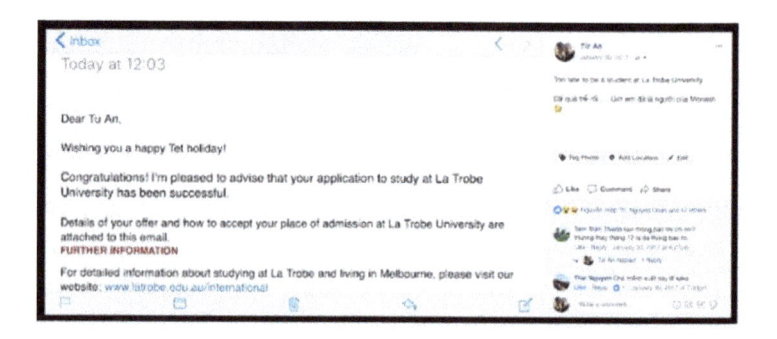

Email trúng tuyển từ La Trobe

Sau khi có thư báo trúng tuyển, An lại xin DFAT cho phép An được ở lại học tiếp Tiến sĩ nhưng đã bị DFAT từ chối. Đơn giản thôi: vì An đã vi phạm hợp đồng với họ. An năn nỉ để được học tiếp và cam kết quay về sau khi học xong Tiến sĩ. Nhưng họ không tin An sẽ quay về! Một khi họ đã không tin, thì dù An có giải thích hay cam kết thế nào thì tất cả cũng chỉ là ngụy biện! Cũng tốt thôi, An có những lựa chọn khác. Họ đưa ra hai lựa chọn cho An:

Phương án 1. Quay về Việt Nam trong vòng 30 ngày và không được quay lại Úc trong vòng 2 năm.

An không thể chọn phương án này vì: Nếu An quay về và không được phép quay lại Úc trong 2 năm, có nghĩa là An bị mất học bổng Tiến sĩ. An không mong muốn điều đó. An muốn được học tiếp. Và cơ hội học bổng toàn phần đâu phải lúc nào muốn cũng được. Và hoàn cảnh hiện tại của ông xã An, cũng không thể theo về Việt Nam liền ngay được. An thì lại không thể tự đi một mình. Lúc đầu, An đã tính về vì có ông bà ngoại Anna. Nhưng giờ, ông bà ngoại Anna đã phải về Việt Nam trước dự tính vì có giấy bảo lãnh đi Mỹ định cư. Mọi kế hoạch của An đành phải chuyển theo hướng cho phù hợp hiện tại.

Phương án 2. Ở lại Úc thì phải đền hợp đồng, trả lại toàn bộ chi phí mà họ đã đài thọ cho An: Tổng là $175.000 AUD.

An đã chọn giải pháp này. An biết đó là số tiền không nhỏ, nhưng An không thể làm khác được. Dẫu sao cũng tự an ủi mình: Nhờ ADS mà An được mở mang kiến thức, cơ hội gặp được ba Anna, rồi có Anna và em Billy bây giờ. Nhờ ADS mà An có một mái ấm nhỏ và có cơ hội học tiếp Tiến sĩ (dẫu có chút đắng cay). Và rồi, ngủ một đêm, tỉnh dậy, An trở thành "con nợ bạc tỷ"!

Nợ thì đã nợ, căng thẳng cũng chẳng thể giải quyết được gì! Mục tiêu trước mắt là gắng chăm sóc tốt "hai cục nợ Anna và Billy" và hoàn thành việc học....

3 - HỌC TIẾN SĨ CHƯA BAO GIỜ LÀ DỄ DÀNG

Kể từ ngày nhập học cái khoá học Tiến sĩ tại Đại học Monash, cái sự học của An nó luôn chông gai. Nhưng An đã chiến đấu vì nó, nên sẽ vẫn luôn chiến đấu vì nó.

An bắt đầu khoá học toàn thời gian (fulltime) khi Anna chỉ vừa chừng 3 tháng tuổi. Bốn tháng tuổi thì con đã phải lóc cóc theo mẹ lên trường. Thấy tội cho cả cha và con. Một người đi học mà như cả ba người học.

Lúc đầu, An cứ nghĩ An là "mẹ siêu nhân" - có thể vừa chăm con vừa học. NHƯNG không, thật sự là KHÔNG THỂ ĐẢM TRÁCH CẢ HAI VAI TRÒ CÙNG LÚC. Bài vở bắt đầu trễ hạn và lùi dần. An căng thẳng, giáo sư cũng căng thẳng. Căng đến mức mà giáo sư đã đề nghị: Hay là tạm thời bỏ học! Đợi con lớn rồi quay lại trường! An cứng đầu, kiên quyết không buông bỏ! Vì An nghĩ: Vẫn còn cách khác vẹn toàn hơn.

Cuối cùng là: An đã xin nghỉ "thai sản 6 tháng để chăm con". Thực ra, đó là giải pháp để An có nhiều thời gian hơn để bù đắp lại cho sự trễ nãi học hành. Sau 6 tháng, An đã chuyển sang học bán thời gian (part-time) để có thể thong thả hơn và đỡ căng thẳng hơn. Và đúng là như vậy. Đó là giải pháp hay!

Sau khi nghỉ 6 tháng, An quay lại trường thì hai giáo sư trước đã chuyển trường. An buộc phải kiếm giáo sư mới. Ôi, cái số An lận đận mãi với giáo sư. Cuối cùng thì An cũng có được một "đội giáo sư hùng mạnh". Và tận bây giờ, An cảm thấy thật may mắn vì được là học trò của họ. Bởi thế mới có câu: Trời không triệt đường của người có lòng!

Sau một thời gian học bán thời gian, An thấy đã ổn khi Anna đã gửi đi nhà trẻ. An có nhiều thời gian hơn cho việc học. An đã chuyển lại học toàn thời gian (fulltime) và bắt đầu với bận rộn hơn cho việc học. Việc bán buôn An cũng nghỉ hẳn. Dồn toàn thời gian cho học và học.

Và rồi, giai đoạn bảo vệ đề cương cũng đến. Mọi thứ có vẻ ổn. Cả ba giáo hướng dẫn đều hài lòng với tiến độ và sản phẩm của An. Giờ chỉ còn đợi đến ngày "nghênh chiến".

Ngày 6/3/2019, An bảo vệ đề cương. Đó thật sự là một hội đồng cực kỳ khó khăn. Khó theo cái kiểu "vạch lá tìm sâu"! An thì nghĩ đơn giản lắm. Rằng giáo sư đã duyệt hết thì hội đồng chấm "chỉ là người hỗ trợ An", chứ An hoàn toàn không hề nghĩ đến cái cảnh sẽ gặp một đội "dùng kính lúp bắt sâu" như thế này. Kết quả là, hôm đó An không qua và buộc phải bảo vệ lại trong 2 tháng nữa. Trong khi đó, mọi thứ chuẩn bị cho chuyến đi Việt Nam đã sẵn sàng. Thật là một cảnh dở khóc dở cười!

Sau buổi bảo vệ, giáo của An thể hiện sự tức giận ra mặt. Tức đến mức muốn đập bàn, mặt thì đỏ bừng như quả cà chua.... chỉ nhìn thấy giáo như vậy, An cũng đủ hiểu là: lỗi không do An, lỗi không do giáo.... An nghĩ do hội đồng đã quá hà khắc. Giáo còn thì thầm vào tai An: *đừng lo, bạn sẽ không sao đâu. Do hội đồng này quá hà khắc, và dường như họ muốn thể hiện sự uyên bác của mình với nhau. Bạn chỉ là quân cờ (power game)"!* À, ra vậy!

Cuối cùng thì An vẫn phải đi Việt Nam như đã lên lịch... nhưng chuyến đi đã không thoải mái mà còn có phần căng thẳng hơn. An phải vừa đi tiền trạm, vừa sửa lại đề cương, và vừa phải tiếp nhận sự hướng dẫn của bên hỗ trợ ngôn ngữ (theo yêu cầu của hội đồng). Về Việt Nam, khí hậu nóng, Anna sốt, chán ăn... An như muốn nổ não....

Tiền tạm ở Sài Gòn 2 tuần, thời gian còn lại thì An về quê. Tiếng là về thăm quê nhưng đầu óc thì hoàn toàn không thoải mái. Vì báo cáo, vì đề cương, vì bài luận với bên hỗ trợ ngôn ngữ. An từ chối phần lớn các cuộc gặp gỡ bạn bè. Về quê thì hầu như từ chối các cuộc đi chơi, đi thăm thân cùng gia đình. Bởi vì sao? Vì việc học đấy! Vì sao nữa ư? Vì nếu lần thứ 2 mà bảo vệ không qua nữa, thì bị ĐUỔI HỌC luôn (đúng nghĩa đen), vì không đáp ứng đủ yêu cầu của Đại học Monash (cái uy của trường top thế vậy ư?). Căng thẳng lắm chứ! Có mấy ai hiểu? Vì An không nói ra.... Mà An cũng chẳng muốn nói ra. Vì sao? Gia đình mà, sự quan tâm duy nhất có thể lúc này là hỏi han. Hỏi nhiều thì An thêm căng thẳng. Cho nên, An đã chẳng tâm sự cùng ai. Rủ đi chơi thì cứ từ chối không đi, chứ cũng không giải thích nhiều....

Sang lại Úc, An lại cắm đầu vào cái mớ ấy và chuẩn bị cho việc "lên thớt" lần 2. Và thật là hú vía, An đã được thông qua ngày 14/5/2019. Coi như xong cái giai đoạn 1 của cái bằng Tiến sĩ. Sau buổi bảo vệ lần 2 này, giáo của An bảo: *chúng ra sẽ rút kinh nghiệm cho việc lựa chọn người ngồi hội đồng cho những lần báo cáo tiếp theo. Và những người trong hội đồng này, chắc chắn sẽ không có mặt! (haaaa)*

Thế đó, và sau đó là: nhà em lại chuẩn bị đi Việt Nam! Haiz, thiệt khổ, đã nghèo, đỡ nợ, mà cứ phải đi Việt Nam. Đau lòng!

4 – AN NHƯ CON CHUỘT RƠI VÀO CHĨNH GẠO

"Cuộc sống bên đó thế nào?" Đây là câu hỏi mà ai cũng hỏi An khi An về Việt Nam sau bốn năm liên tục không về.

Hồi 2019, An về Việt Nam hai chuyến liên tục, chủ yếu là để lấy số liệu cho đề tài. Mỗi chuyến đi 6 tuần. Chuyến thứ 1 cách chuyến thứ 2 cũng 6 tuần. Đi về như TÊN BẮN. Do số lượng công việc nhiều, rồi thêm con bé không chịu ăn đồ Việt Nam, rồi sốt, rồi bầu bì (lúc này đang bầu em Billy), nên An rất mệt và không có nhiều thời gian cho người thân, bạn bè. Những lời hứa hẹn "khi nào về Việt Nam sẽ alo" đều bị "giả lơ" gần hết (hahaha). Nếu có hẹn hò được ai thì cũng không ngồi lâu được vì sức khoẻ kém. Và khi bị hỏi: "Cuộc sống bên đó thế nào?" An đều trả lời: MÌNH NHƯ CON CHUỘT SA VÀO CHĨNH GẠO!

Vì sao?

Hầu như ai ai cũng biết là An đang mắc cục nợ rất bự, NHƯNG nợ bên này KHÔNG CÓ CHẾT (haaaaaa).

Vì An không bị đòi ráo riết, không căng thẳng. Tuỳ tình hình tài chính mà trả nợ. Chả ai đe doạ hay ráo riết "săn lùng" như ở đâu đó.

Cuộc sống của An chưa có dư giả gì nhưng không đến mức phải QUÁ LO cho bữa ăn ngày hôm sau. Hộ nhà An chỉ có một nguồn thu nhập (hồi đó, lâu lâu còn bị thất thu do thất nghiệp), nhưng mức trợ cấp chính phủ dành cho các hộ nghèo, thất nghiệp cũng không đến mức phải bị ĐÓI.

Y tế thì đi khám bác sĩ hoàn toàn miễn phí. Trẻ em thì được chính phủ cho $1.000 đô/năm để đi khám răng. Khi trẻ đi nhà trẻ, hoặc mẫu giáo, tuỳ tình hình tài chính của gia đình mà được chính phủ hỗ trợ. Như hộ nhà An thì là thuộc diện "hộ nghèo", nên Anna và Billy đi học được giảm tới 85% học phí nhà trẻ (cho Anna) và Billy được giảm 95%. Hồi đó, Anna đi học 4 ngày/ tuần nhưng chỉ đóng phí có khoảng $75/tuần thôi. Nếu mà gia đình có thu nhập cao thì phải trả toàn bộ phí, 1 ngày chắc cũng cỡ $120 (tuỳ vào loại hình nhà trẻ). Còn bây giờ, Anna đã vào cấp một, em Billy đi mẫu giáo, nên học phí cho nhà trẻ chỉ còn có $35/tuần.

Thêm nữa, do nhà An là hộ nghèo, nên được chính phủ cấp thêm một cái thẻ Health Care (tạm gọi là thẻ chăm sóc y tế). Trên thẻ, có tên toàn bộ các thành viên trong gia đình. Có thẻ này, khi đi mua thuốc, cả hộ sẽ được giảm giá tới mức thấp nhất. Ví dụ như An mua thuốc gần đây nhất là giảm tới 98%. Chỉ trả có 2% thôi. Cho nên, vụ ốm đau thì không phải quá lo lắng chuyện "không có tiền đi bác sĩ hoặc mua thuốc".

Rồi khi có thẻ Health Care, nhà An còn được giảm giá khi: trả tiền thuế đường (cho xe), trả tiền ga, điện, nước. Hộ nghèo mà ở nhà thuê thì còn được chính phủ hỗ trợ thêm tiền thuê nhà. Tuy không nhiều nhưng đó cũng là 1 mức hỗ trợ đáng quý.

Úc có những chương trình quốc gia riêng dành cho từng loại đối tượng. Cái này An không tìm hiểu kỹ nhưng An tin chắc là sẽ có rất nhiều chương trình. Ví dụ:

Chương trình dịch vụ quốc gia về bệnh tiểu đường, gọi tắt là NDSS (https://www.ndss.com.au/). Những bệnh nhân bị tiểu đường ở Úc sẽ được tư vấn, cung cấp các dụng cụ y tế cần thiết miễn phí, và mua một vài loại dụng cụ y tế ở mức giá ưu đãi.

Chương trình bảo hiểm quốc gia về người khuyết tật, gọi tắt là NDIS (https://www.ndis.gov.au/). Cái này An đang được hưởng lợi. Thực sự mà nói, An chưa bao giờ nghĩ là An ĐƯỢC QUAN TÂM QUÁ MỨC như vậy. Khi An chưa là thường trú nhân, An đi bác sĩ gia đình thì bác sĩ cứ hối thúc An nộp đơn vào NDIS. Nhưng An không làm và cũng không tìm hiểu, vì An nghĩ đơn giản là "chưa có đóng góp thì chưa hưởng lợi". Nhưng thư từ NDIS cứ gửi về nhà và khuyến khích An điền hồ sơ rồi gửi trả lại. Nhiều lần quá, nên An đã làm. Lần đầu tiên đó An bị từ chối vì không đủ tiêu chuẩn. Rồi khi An có thường trú nhân thì tự động đi làm theo lời khuyên của bác sĩ. Vào chương trình NDIS, mới thấy hết được sự quan tâm KINH KHỦNG của chính phủ dành cho công dân của họ. Trong chương trình này, mỗi một người khuyết tật sẽ được một người lên kế hoạch (planner). Planner này sẽ tìm hiểu ngọn ngành về tình hình khuyết tật và khả năng của người khuyết tật. Thật sự là RẤT CHI TIẾT. Sau đó, planner sẽ lập kế hoạch tài chính và chi tiết cần hỗ trợ sao cho phù hợp với từng loại dạng tật. Sau khi kế hoạch được duyệt và số tiền đã được cung cấp, kế hoạch đi vào giai đoạn thực thi. Tuỳ mỗi người mà họ chọn cách quản lí tài chính và kế hoạch. Kế hoạch này sẽ được đánh giá lại và điều chỉnh theo từng năm.

Riêng An, sau khi plan được duyệt thì plan của An được chuyển qua cho một người khác để đánh giá cụ thể hơn khả năng tiếp cận của An. Người này được gọi là occupational therapist (OT). OT của An đến tận nhà An để xem xét cách An sinh hoạt hằng ngày. Ví dụ như:

Xem nhà tắm: có thuận tiện cho An không? Có cần dụng cụ hỗ trợ khi tắm không? Phòng tắm có cần thảm chống trơn không? An có cần ghế khi tắm không?

Xem phòng ngủ: giường có cao không? Có thuận tiện không? Khi đi ngủ hoặc đứng dậy thì có cần hỗ trợ gì không?

Xem cái phòng An học: có được bố trí thuận lợi không? Có trở ngại gì không?

Xem nhà vệ sinh: có thuận lợi cho An khi đứng lên ngồi xuống không? OT còn yêu cầu An làm cái tư thế đứng lên và ngồi xuống để OT xem là An có thực sự dễ dàng khi dùng nhà vệ sinh không? Cá nhân An thì thấy *"à, có khó gì đâu, chỉ là hơi khó chút xíu xiu, vẫn chấp nhận được"*, NHƯNG OT thì không chịu. OT bảo là *có nguy cơ bị té khi đứng lên ngồi xuống.* Vì nhà vệ sinh không có tay vịn. Và OT đề nghị lắp cái tay vịn vào đó. Lúc đó, An còn ở nhà thuê, nên An bảo cái này nhà thuê, ngại việc làm hỏng nhà người ta. Thế là OT đề nghị cái khung hỗ trợ, bao xung quanh cái bồn cầu, giúp An vịn vào đó để đứng lên ngồi xuống được dễ dàng. Và thực, thuận lợi hơn rất nhiều. Đó là cái mà An chả bao giờ nghĩ tới!

Xem trước nhà An: có mấy bậc tam cấp, và có cần gì hỗ trợ không? OT đã nghĩ đến phương án lắp cái máng trượt để An dùng xe lăn nhưng do sân trước không có nhiều không gian nên không gắn.

Xem sau hè nhà An: có cần gắn gì không để hỗ trợ An đi ra đi vào? OT muốn gắn cái máng trượt ở sân sau cho An dùng xe lăn đi ra đi vào, nhưng do đây là nhà thuê nên OT bảo là sẽ gắn cái máng di động, khi cần thì bê vào, khi không dùng thì để sang 1 bên. Những cái ý tưởng này toàn là do OT nghĩ ra, chứ thực sự thì An cũng không nghĩ tới nó. An chỉ nghĩ đơn giản là: nếu cần dùng xe lăn thì nhờ ba Anna hỗ trợ thôi. Nhưng OT bảo là *An cần phải* độc lập trong cuộc sống, cho nên, phải gắn cái máng trượt, vì ba Anna không phải lúc nào cũng có ở nhà.

Xem việc An đi siêu thị như thế nào?

Xem xét cái xe của An như thế nào? Rồi đo đạc các thứ để chuẩn bị cho một kế hoạch hỗ trợ cho việc đi ra ngoài xã hội của An một cách độc lập....

Chi phí cho OT làm những việc này không hề rẻ, gần $200/giờ. Mà để đánh giá toàn bộ những việc đó, rồi thêm làm báo cáo cho NDIS nữa nên không thể ngày 1 ngày 2 là xong. Cho nên, phần OT sẽ tiêu tốn 1 mớ tiền của chính phủ. Thế mới thấy, mỗi một cá nhân An thôi mà đã tiêu tốn 1 khoảng kha khá rồi, trong khi đó, người khuyết tật ở Úc cũng nhiều (3,96 triệu người) và đa dạng.

Nói ra chỉ để thấy rằng chính phủ Úc quá quan tâm đến công dân của mình. Thành ra, nhiều khi, An thấy nhiều người có tính ỉ lại. Như An thì sinh ra và lớn lên ở cái vùng gian khó, quen với việc phải TỰ VƯƠN LÊN, nên khi có những khó khăn, việc đầu tiên là nghĩ cách tự giải quyết. Còn 1 số công dân ở đây thì "có vẻ đã quen sự bảo bọc", nên đôi khi lười và chực chờ vào sự hỗ trợ.

5 - CHẠM TAY VÀO ƯỚC MƠ

Trở lại với câu chuyện học Tiến sĩ, An bắt đầu khoá học vào 1/2017. Tính đến nay cũng hơn 6 năm rồi. Bạn bè An vẫn hay đùa vui rằng: *Tưởng đâu chỉ có một Nghiên cứu sinh, nhưng hoá ra là có tới ba nghiên cứu sinh.* Đó là vì trong quá trình học, An kiểu vừa học vừa chăm sóc hai con nhỏ. Cực lắm! Nhưng An vẫn cố chu toàn.

Như An đã kể, việc học này cứ trồi lên trụt xuống như biểu đồ hình Sin. Sau chuyến về Việt Nam lần thứ 2 vào 6/2019 để lấy dữ liệu cho đề tài. An quay lại Úc. Cuối năm đó, em Billy ra đời. Niềm vui nhân lên, và nỗi vất vả cũng nhân lên. Vất vả nhất trong những năm tháng này không phải là căng thẳng chuyện học hành, mà chính là những lần chăm con bệnh (ốm). Hai bé còn nhỏ nên cứ lần lượt hết đứa này là lại lây sang đứa kia. Có đôi khi cả hai ốm cùng lúc, những đêm trắng cứ như dài ra.

Rồi dịch COVID tràn về, lo toan có, sợ hãi có khi biến cố lần lượt đến. Bà nội Anna qua đời vì bị nhiễm bệnh trong viện dưỡng lão. Bà ra đi ngày 31/7/2020. Bà ra đi trong cô quạnh, đến cái nhìn mặt lần cuối cùng cũng không có. Đại dịch này là một nỗi đau của cả nhân loại chứ không riêng gì cá nhân ai. Biết vậy, nhưng mỗi khi nhớ lại, thương bà cụ lắm! Rồi tiếp đó, ba Anna mất việc do dịch. Nỗi lo kinh tế ập tới. Chính phủ có những khoản hỗ trợ kịp thời, cả nhà không ai bị đói nhưng chi tiêu cần dè xẻn lại.

An thật sự rất may mắn khi có các giáo sư hướng dẫn thấu hiểu, thông cảm và trợ giúp trong mọi hoàn cảnh. Giáo động viên tinh thần, giúp An không bị căng thẳng bởi học hành. Thêm vào đó, giáo còn giúp An xin quỹ hỗ trợ do Covid từ trường. Ban đầu, An từ chối nộp hồ sơ xin hỗ trợ vì An nghĩ "ắt hẳn sẽ có người khó khăn hơn". Nhưng giáo khuyên nộp mãi, thế là An nộp. Quả nhiên, An được trường hỗ trợ một khoản không nhỏ, hơn $4.000 đô. Nhận được email thông báo mà nước mắt bỗng chực trào ra! An biết ơn mọi sự giúp đỡ!

Thời gian trôi đi, ba Anna đã có việc, kinh tế gia đình dần ổn định. Việc học của An cũng dần ổn định, thậm chí có bước nhảy vọt và được giáo khen ngợi. An lại được giáo cũ hỗ trợ xuất bản chương sách, giáo mới giúp sửa bài báo khoa học. Nhờ vậy mà An vẫn luôn có những "công trình nghiên cứu" được xuất bản.

Tính đến thời điểm này, An đã hoàn thành xong tất cả các chương của luận án. An chuẩn bị gộp lại thành luận án hoàn chỉnh rồi gửi bản thảo cho giáo. An dự định sẽ nộp vào ngày 1/9/2023. À mà không phải là dự định, mà chính là mục tiêu phải đạt. An nhất định sẽ làm được. Nếu An nộp luận án ngày đó, thì sẽ tròn 6 năm 8 tháng cho việc hoàn thành Tiến sĩ. Nó trễ hơn dự định đến gần 3 năm, nhưng An hài lòng vì bản thân đã không bỏ cuộc.

Thay lời kết

Ai rồi cũng sẽ có những khó khăn nhất định, nhưng An tin, rồi mọi chuyện sẽ qua. Đời mà, không bao giờ có con đường trải đầy hoa hồng. Cuộc sống là một chuỗi những thách thức. Thế nên, hãy sống như cánh diều, vì càng gặp gió, diều sẽ càng lên cao!

MỘT VÀI THÀNH TÍCH

1. 2017 – nay: Học bổng Tiến sĩ toàn phần tại Đại học Monash, Úc
2. 2017 - Học bổng Tiến sĩ học phí tại Đại học La Trobe, Úc
3. 2012 – 2016: Học bổng Thạc sĩ toàn phần ADS
4. 2010 - Giấy khen "Người khuyết tật vượt lên số Phận - lần 7" của Tạp chí Tình thương và cuộc sống phối hợp cùng Hội cứu trợ trẻ em tàn tật thành phố, Hội khoa học phát triển nguồn nhân lực nhân tài Việt năm 2010
5. 2009 - Bằng khen "Thanh niên tiêu biểu Thành phố 2009" của Thành Đoàn TP.HCM.
6. 2009 - Top 10 danh hiệu "Công dân trẻ Tiêu biểu Tp.HCM 2009
7. 2009 - Đề cử danh hiệu "Gương sáng sinh viên Tp anh hùng 2005-2009
8. 2008 - Giải nhất Nghiên cứu khoa học sinh viên cấp Trường
9. 2008 - Giải khuyến khích Nghiên cứu khoa học sinh viên cấp Bộ

10. 2005 – 2009: Thủ khoa Cử nhân Khoa Xã hội học – khóa 2005 – 2009.

11. 2005 - 2009: Thủ khoa tuyển sinh Đại Học – khoa XHH khóa 2005-2009.

12. 2007 - 2008: Bằng khen của TW Hội Sinh Viên Việt Nam về thành tích xuất sắc trong công tác Hội và Phong trào sinh viên

13. 2008 - Giấy công nhận Thủ lĩnh tiêu biểu – Liên hoan CLB/Đội/Nhóm khu vực Thủ Đức, lần 1 - 2008

14. 2005 - 2006: Giấy khen thành tích học tập xuất sắc năm học 2005-2006

15. 2005 - 2006: Giấy khen thành tích xuất sắc trong công tác Hội và phong trào sinh viên

16. Các giấy chứng nhận học bổng Tiếp sức đến trường, N.V.C của Hội Sinh viên Tp.HCM, học bổng Prudential, học bổng Hiệp hội các doanh nghiệp Nhật Bản, học bổng laptop. Các nguồn học bổng này đã hỗ trợ An rất nhiều, như cứu cánh để An có thể hoàn thành tấm bằng Cử nhân XHH với ít nỗi lo toan nhất về tài chính. An xin tri ân những tấm lòng cao cả.

CHẠM ĐẾN ƯỚC MƠ
VƯỢT QUA TRỞ NGẠI ĐỂ THÀNH CÔNG

Nguyễn Thị Từ An

Bản quyền © 2023, Nguyễn Thị Từ An

Xuất bản bởi Nhà Xuất Bản Lulu, Mỹ

ISBN: 978-1-4477-4037-7 9 (Print)
ISBN: 978-1-4477-3134-4 (eBook)

Ingram Content Group UK Ltd.
Milton Keynes UK
UKHW021826230523
422221UK00010B/49